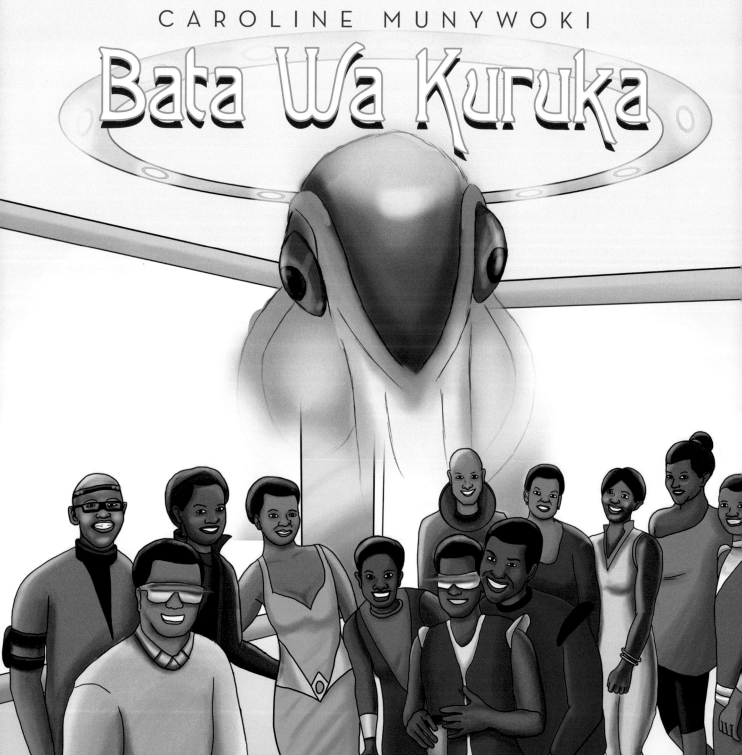

To order additional copies of this book, contact:
Xlibris
1-888-795-4274
www.Xlibris.com
Orders@Xlibris.com

ISBN: Softcover   978-1-7960-8526-6
         EBook   978-1-7960-8525-9

Print information available on the last page

Rev. date: 01/29/2020

Wakfu: BATA WA KURUKA

Kwa WOTE watu wema katika sayari hii.

Kwa KILA mpwa wangu wa kike na wa kiume.

Asanteni NYOTE kwa kutia thamani maishani mwangu.

MUNGU NI UPENDO NA MAISHA NI MEMA

"Lakini njia inayoongoza kwenye uzima ni nyembamba, na mlango wa kuingilia humo ni mwembamba; ni watu wachache tu wanaoweza kuigundua njia hiyo." Mateo 7:14

Katika miaka nyepesi, katika mji unaoitwa Idan, ambako kila kitu huruka na maji ni rangi ya zambarau, watu wamejumuika na wanyama na wote wamekuwa viumbe vya vizazi vya ajabu.

3

Mnyama wa pekee asiyeweza kuruka ni Bata.

Kuna mwamanke mzee anaeitwa Majustu-shi, anayeishi na Bata wa pekee anaeweza kuruka na bata huyu, huzaa, Mayai ya Almasi.

Bata huyo ni wa thamani sana hata Majustu-shi, hawezi kumwachie wengine na hawezi kumpeana kwa yeyote yule.

Bata ana nguvu zaidi ya wafalme na malkia wote ulimwenguni na kwa hivyo, watu wengi waovu wanataka kumiliki bata huyo

Huwa na mikutano kila wakati, wakipanga na kufanya njama lini na namna gani watamuiba Bata kutoka kwa Majustu-shi, na kila wanapojaribu, ni kama hawawezi kumpata Majustu-shi nyumbani kwake au huwa amepotea akenda kuishi kwengine.

Bata huyu alimpata kutoka kwa Babu yake aitwaye Maboroshino, ambae alikuwa mgonjwa naye alikuwa amemlinda kwa miaka kadhaa kwani alijuwa aina ya nguvu Bata alikuwa nazo.

Bata ana uwezo wa kugeuka na kuwa crystal ball na kumuonyesha mwenyewe mambo yatakayotokea baada ya zaidi ya miaka 20 ijayo.

Bata akifurahi, anaweza kuenua milima na kuleta mvua, kukiwa na ukame.

Anaweza pia, kugeuka kuwa sanamu na popote anapowekwa, anaweza kumgeuza yeyote katika chumba kile awe mwenye furaha sana.

Bata ana uwezo wa kugeuza watu kuwa mfano wa viumbe vyengine au kuwa watu wengine, wanapokimbizwa na maadui ili wazibike na iwe hawaonekani.

21

Bata hazeeki kamwe na amekuwa ulimwenguni kwa miaka mingi. Namna ya pekee ya kumlinda bata ni ikiwa amemilikiwa na mtu mwema, ambae hatamtumia vibaya kwa uwezo wake.

Na kama mtu muovu atampata, bata atamuangamiza na anasababisha matatizo katika maeneo yao na kwa familia yao.

Sharti lengine ni kuwa mtu mwema anapompata Bata, ni wajibu amkinge na madhara na asimpatie yeyote yule, hadi wakati Bata atageuka kuwa mpira wa utabiri (crystal ball) na imwambie anaemiliki ni nani anaweza kuimiliki baada yake.

Ni jukumu na ubora kumlinda Bata wa Kuruka. Kwani ni wa pekee duniani na kila mtu anamtaka, ili watumie uwezo wake na watajirike.

Majustu-shi alikuwa anakimbia kila mara, anageuka mifano mbalimbali na wanyama kila aina ili aweze kumlinda Bata. Wakati mwengine alijificha hadharani na maadui wake hawakuweza kumuona.

25

Kuna mfalme muovu atokae sayari nyengine inayoitwa Lakmi, ambae amekuwa akimtazama kwa mda mrefu sana, ana ndege aitwae IdiBon, ndege huyi ana uwezo wa kuziba, na anaweza kumuona Majustu-shi hata akiwa mbali.

Amemfwata na amefahamu wakati anavyogeuka, namna anavyogeuka, na kule anakojificha.

Lakmi, anatayarisha kiasi cha jeshi lake ili aende akamnase Bata wa Kuruka, wanamtumia IdiBon ili wafwate hatua zake na akiwa nje mwituni akitafuta matunda na mboga za kupika, wanaingia nyumbani kwake, iliyofichika pangoni na wamkamate Bata wa Kuruka. Wafunge miguu na mbawa za Bata ili asiruke wanapomsafirisha hadi Jumba la Lakmi.

27

Jeshi lilikuwa la askari farasi 10 wote wa mavazi ya Kijani na Nyeusi.

Wanapewa amri na Lakmi wahakikishe kila mmoja anapata nafasi kumbeba bata, ili asipate fursa ya kujibadilisha na kuwaumiza watu kabla hawajamfikisha kwake Lakmi. IdiBon lazima afanye sauti ya "kaw kaw" akihisi Bata anajaribu kuhepa ili askari wabadilishane wanapombeba.

Askari farasi wa kwanza anamshika na mara tu wanapokuwa tayari kuondoka, kunakuja upepo wa nguvu unaosababisha askari wakaribie kuanguka kutoka kwenye farasi. IdiBon anapiga kelele za "kaw kaw" na askari farasi wa kwanza anamrushia Bata mwenzake. Mara tu kama Bata hayuko mikononi kwake, upepo wa nguvu unakuja upande wake, unambeba kutoka farasi wake na kumtupa mbali na askari wenzake na kumrusha katika shimo kubwa lisilo na mwisho.

Na sauti ya nguvu ya kike inapaa kwote msituni, "Usimpatie yeyote huyo Bata wa Kuruka"

Sasa askari farasi wana hofu na hakuna kati yao anaetaka kumbeba Bata wa Kuruka kwani ni dhahiri aina ya uwezo alionao Bata.

Askari wa pili anamshika na anamuhimiza farasi wake aende upesi ili warudi kwa Lakmi upesi iwezekanavyo. Sekunde chache baadaye, mbingu inafungukia mawe makubwa au jiwe na wanashukia msituni na kuwagonga askari katika kofia zao.

IdiBon, anafanya sauti ya "kaw kaw" na askari wa pili, upesi anamrushia Bata askari farasi wa tatu.

37

Sekunde chache baada ya kufanya hivyo, mawe kutoka mbinguni, yanamuangikia yeye na farasi wake, na kuwazika chini ya mawe makubwa sana hata askari wenzake hawawezi kuyanyanyua.

Sauti kutoka juu inaongea tena "Usimpatie yeyote huyo Bata wa Kuruka" "Inaanza tu kwa watu wema"

Waume 5 waliobakia sasa wamekuwa na hofu sana na hawataki kumbeba bata au kumpatie mwengine yeyote. Askari wa 3 anambeba Bata na kwa hamaki anamuita farasi wake akimbia upesi kabisa ili wafike kwa Lakmi bila kuhitaji kumpatiana au kumshika Bata wa Kuruka.

Mara tu anapomshika, mwangaza mkali unashuka kutoka angani na unawachoma askari farasi na unaweza kuona moshi ukitokea kwichani na kwenye wanyama wao. Askari farasi wa tatu hata hamshiki Bata kwa sekunde chache bali anamwachia upesi sana na anaruka mwituni. Mwangaza wa nguvu, unamulika sana kwake na kwa farasi wake na wakati wenzake wanaona, anageuka kuwa moto, halafu mvuke halafu vumbi na anaangamia.

Kwa mara nyengine sauti kutoka juu inasema "Usimpatie yeyote huyo Bata wa Kuruka" "Bata wa Kuruka ni mzuri tu kwa watu wema"

45

"Kaw Kaw, Kaw Kaw" alipigia kelele IdiBon, "kaw kaw kaw"

47

Askari farasi wa nne, anamuenua Bata wa Kuruka na anamweka katika paja lake na anaanza kuelekea Jumba la Lakmi; Mara tu alipoanza kuondoka, msitu ulipigwa na umeme na radi, zikampiga askari farasi wa nne kwenye paji la uso, na kumuangusha chini na kumwacha Bata wa Kuruka akiwa juu ya farasi. Farasi aliogopa sana na akajaribu kumzuga Bata atoke mgongoni kwake. Mvua kali ikamwaikia askari farasi hata akadidimia kwenye maji yaliyomzunguka.

Na tena, sauti kutoka juu ikasema "Bata wa kuruka sio wa watu waovu, ni wa watu wema pekee" "Mwache Bata wa Kuruka na usimpatie yeyote"

49

"Kaw Kaw, Kaw Kaw" alipigia kelele IdiBon, "kaw kaw kaw

Askari farasi wa tano alielekea kwenye farasi wa askari farasi wan ne na akamchukuwa Bata na kwa hamaki za kumpeleka kwa Lakmi ili waache kupata taabu walizopata.

Mara tu alipomchukuwa Bata, mawe ya moto ikanyesha kutoka juu. Mawe makali ya moto; iliyochoma mikuki na silaha zao. Ilikuwa moto sana hata bata akageuka kuwa mawe ya moto mkali. Askari farasi wa tano hawezi kumshikilia Bata wa Kuruka kwani yuko moto mno, anamwachilia na kwa sekunde ya upesi yeye na farasi wake wanageuka jiwe la moto na wanapotea.

Kwa mara nyengine tena, sauti kutoka juu ikasema kwa nguvu "Hauwezi kuhimili Bata wa Kuruka" "Usimpatie Bata wa Kuruka watu wasiokuwa wema"

Mara hii IdiBon, ana hofu mno hata ameruka moja kwa moja hadi kwa Lakmi amuombe asimpeane wala asimchukuwe Bata wa Kuruka, lakini Lakmi hataki kusikiza ndege wake mjanja anaeweza kujificha.

Askari farasi 2 waliobakia wanatoka jasho na hawataki lolote kumhusu Bata wa Kuruka. Sura zao ziligeuka vitone vya maji, macho yao yamemulika na mikono inatetema kama majani yanayotetema.

Walijua wanatakiwa kukamilisha jukumu la Kumchukuwa Bata wa Kuruka na Kumpeana – lakini waliogopa mno kufahamu kiwango cha uwezo kwa kumpatiana Bata wa Kuruka. Ilibidi wakamilishe kazi ya Lakmi kwani alikuwa amewaajiri.

Walisikiza sauti itokayo juu ikisema " Bata wa Kuruka unaweza kumpatia mtu mwema tu" "Lakmi usimpatie Bata wa Kuruka"

59

Askari farasi wa 6, akiwa na shaka kuu alimchukuwa Bata na akaweka kwapani kwake na akaelekea moja kwa moja kwa Jumba la Lakmi. Askari farasi wa 7, aliendelea kumuita na kumwambia wamrudishe Bata wa Kuruka kwa Majustu-shi, lakini askari farasi wa 6 alikuwa na mori amfikishe Bata wa Kuruka kwa Lakmi na apate kufaidia utajiri wake. Mara tu farasi alipopiga hatua ya pili, mishale ya theluji ilianguka kutoka mbinguni, mikali sana tena baridi mno hata ikatoboa viatu vya askari farasi na kumduga chini ardhini. Farasi wake alitoweka na alijawa na vishale vya barafu.

61

Mara hii hakukuwa na "kaw kaw" kutoka kwa IdiBon na askari farasi wa mwisho alibaki peke yake.

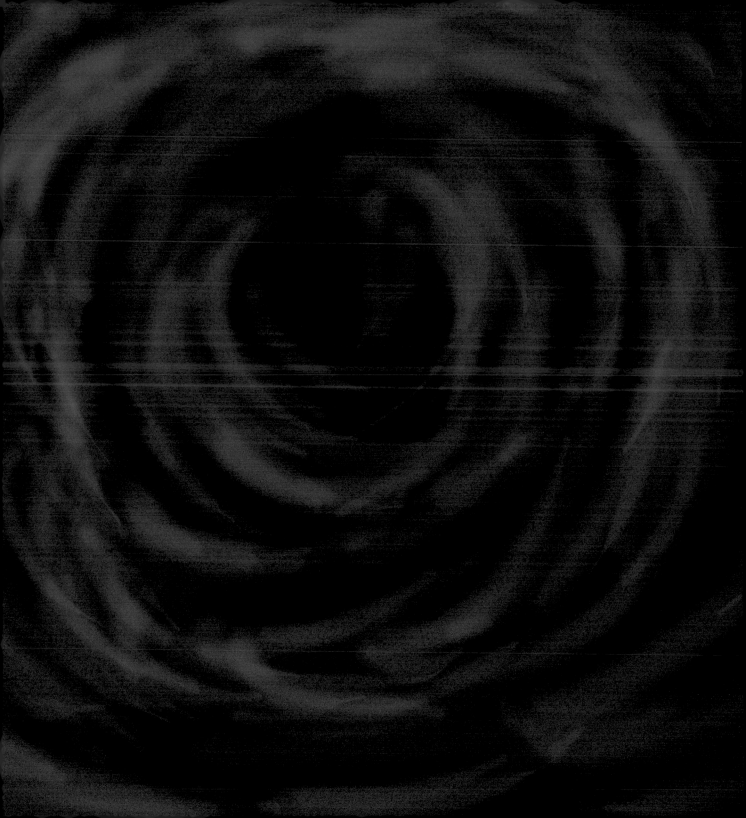

Huko kwenye jumba, vitu vyote vilivyoshambulia askari farasi kutoka juu vilikuwa vimemshambulia Lakmi na jumba lake na IdiBon aliendelea kumuomba Lakmi ampatie amri aende na amruhusu askari farasi wa 7 amchukuwe tena Bata wa Kuruka kwa Majustu-shi. Lakini Lakmi hakutaka kamwe kusikia maoni hayo na akamrushia chupa IdiBon, akamvunja shingo na kumwacha akigaagaa chini.

Askari farasi wa 7, alikwenda akamchukuwa Bata wa Kuruka, akaangalia juu na mbingu zikafunguka kukawa na jua na upinde mvua uliojaa rangi za miujiza.

Sauti kutoka juu ilisema kwa sauti ya chini "Bata wa Kuruka ni wa watu wema pekee"

Alimbusu Bata na akamgeuza farasi wake aelekee nyumbani kwa Majustu-shi.

Njia yake ilifunguliwa kama busati jekundu la miujiza, ndege, wanyama na mazingira yaliimba nyimbo tamu mno.

Alikuwa mbora wa askari farasi 7, aliamua kuwa kazi yake haikuwa kudhuru bali ni kulinda watu wema na akasikiza sauti itokayo juu.

Alifika nyumbani kwa Majustu-shi na akampata anamsubiri na kila aina ya vyakula vizuri, ale na afurahie.

Wanyama walijiandaa kwa safu njiani alipowasili na walimsherehekea kama Shujaa.

Bata wa Kuruka ametaga Mayai 3 ya Almasi alipolishika na akampatia tabasamu. Alijua amepata Baraka kwani alikwa wa pekee aliyewapatia watu wema Bata wa Kuruka.

Majustu-shi alikula chakula cha jioni na Askari Farasi wa 7, akavua koti lake na mabuti yake akaonyesha bangili mikononi mwake na miguuni, na akatabasamu kabisa, akamwambia alikuwa anamsubiri.

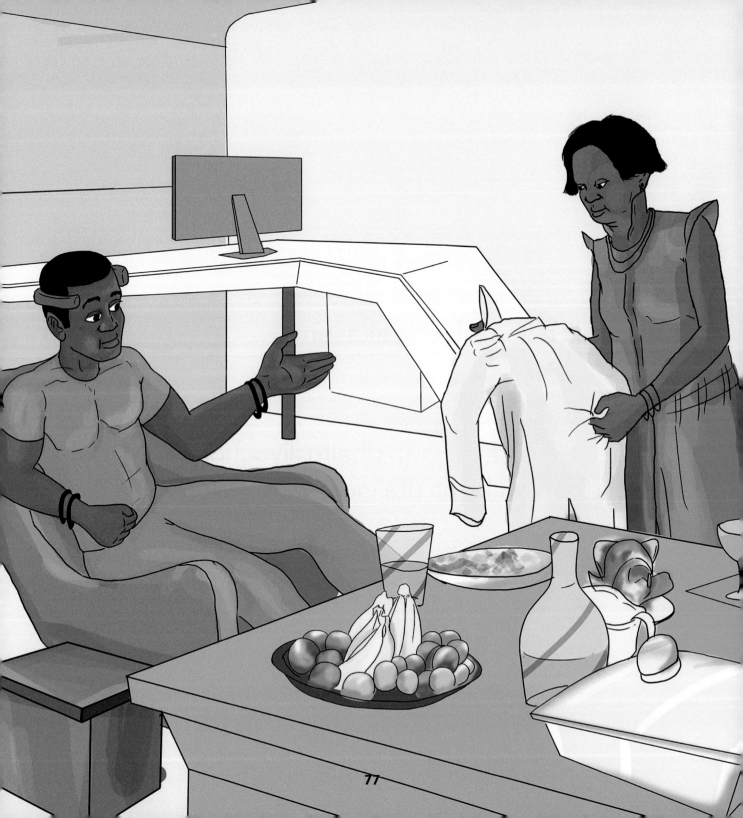

Akamuuliza jina lake na akasema ....

Jina langu ni M.

"Haya", alisema kwa sauti dhaifu iliyochoka – "M, Bata wa Kuruka ni wako na utalindia watu wazuri".

Nyimbo

Pwaka Pwaka
Je, huyo ni wako Bata?
Kwak Kwak
Sio wangu Bata
Kwak Kwak
Yote ni kwa bahati haswa
Kwak Kwak
Mzuri, Bata wa Kuruka
Kwak Kwak
Ni wema kweli kupeana Bata wa Kuruka

81

A Flying Duck

Stephine Ngutah and Rachel Jael

Printed in the United States
By Bookmasters